AF350844
This book belongs to

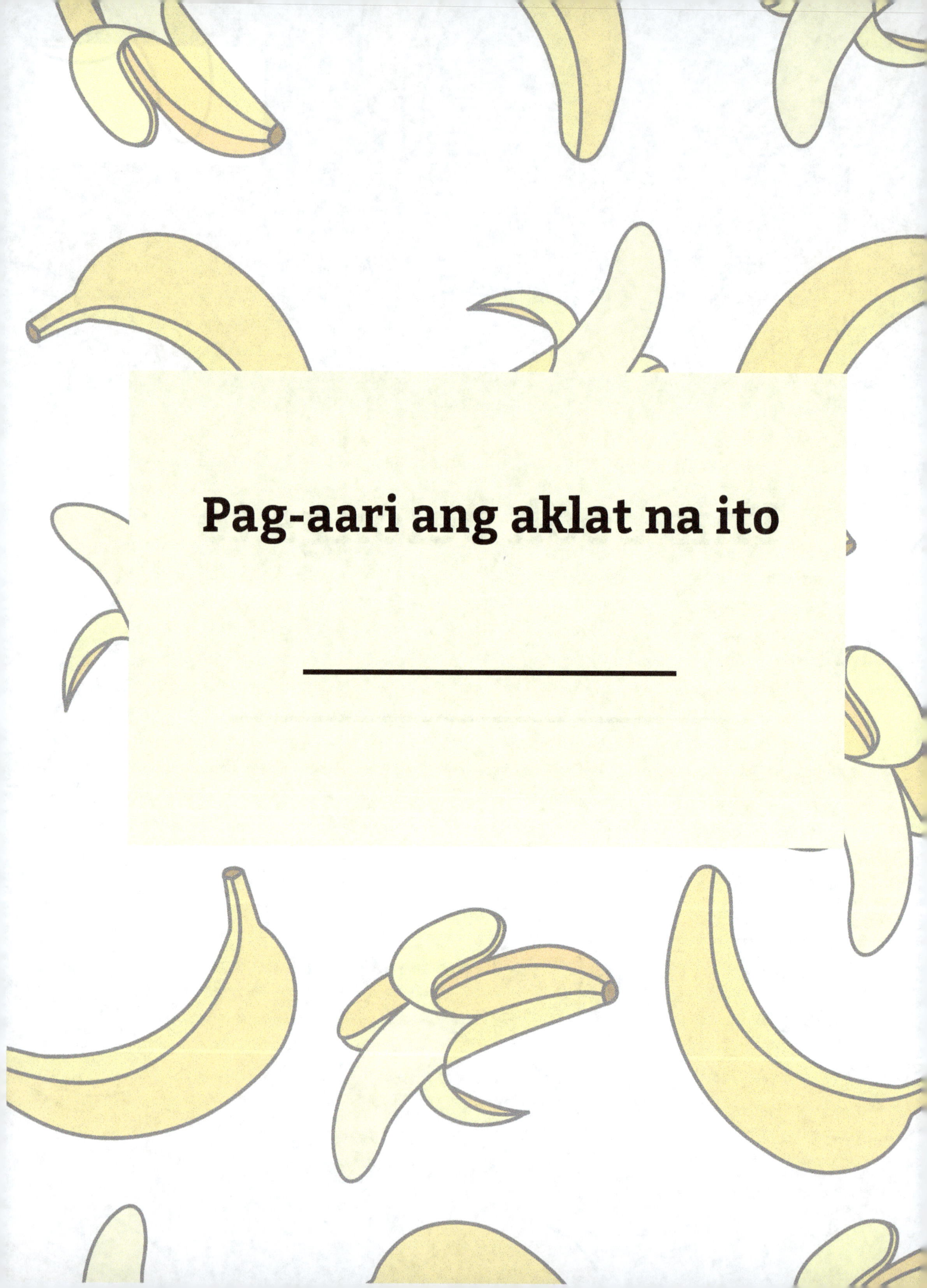

Pag-aari ang aklat na ito

____

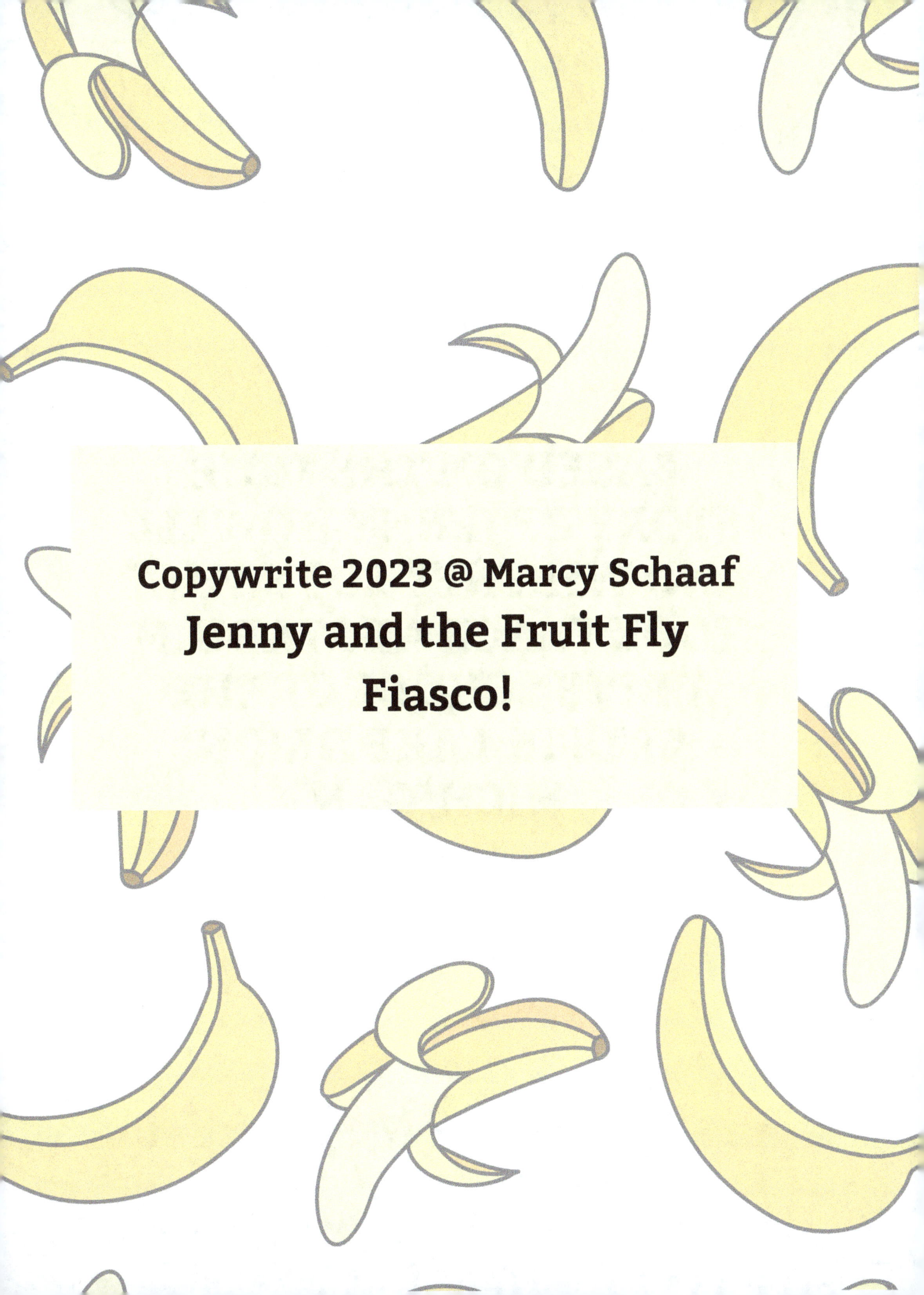

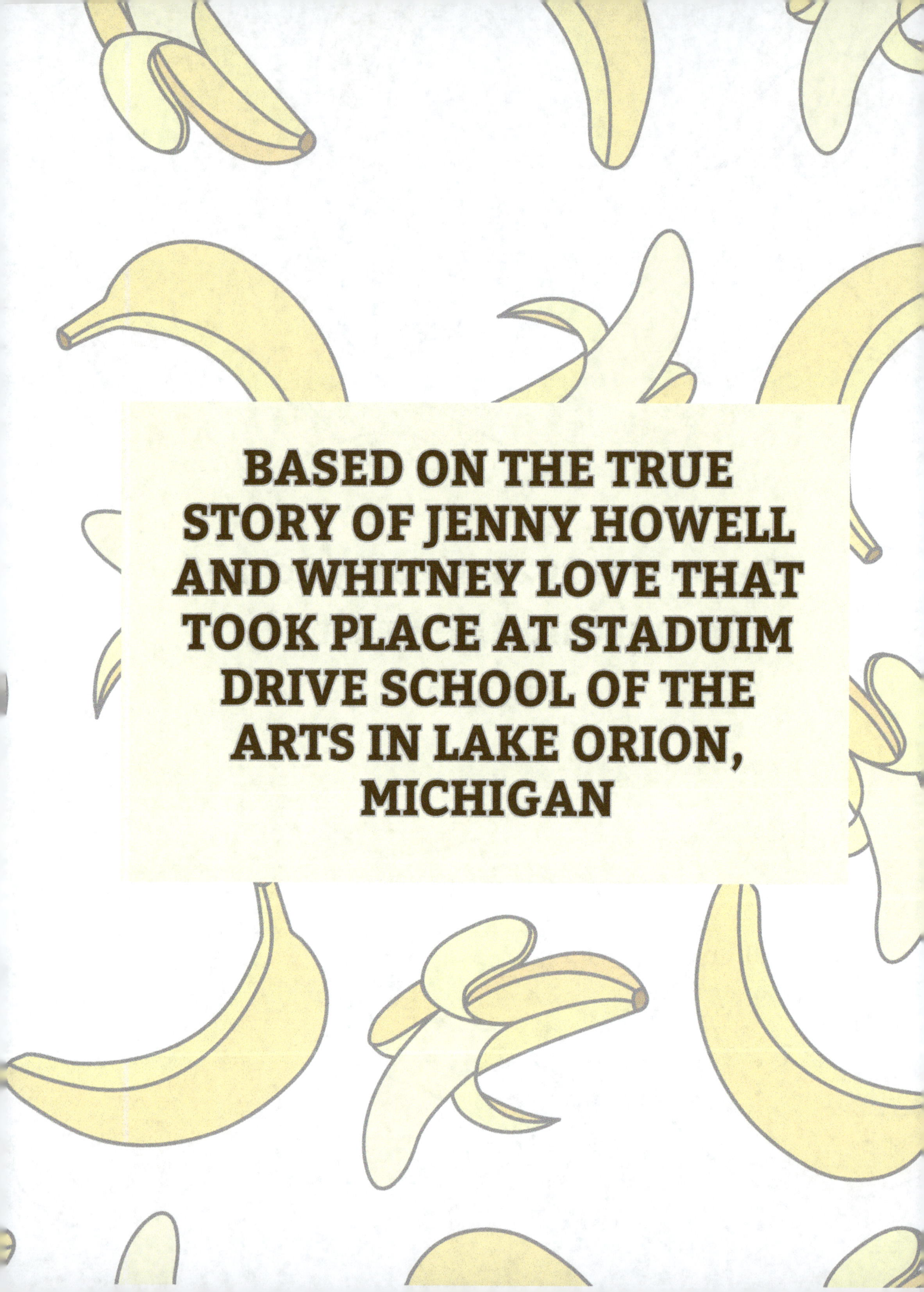

BASED ON THE TRUE STORY OF JENNY HOWELL AND WHITNEY LOVE THAT TOOK PLACE AT STADUIM DRIVE SCHOOL OF THE ARTS IN LAKE ORION, MICHIGAN

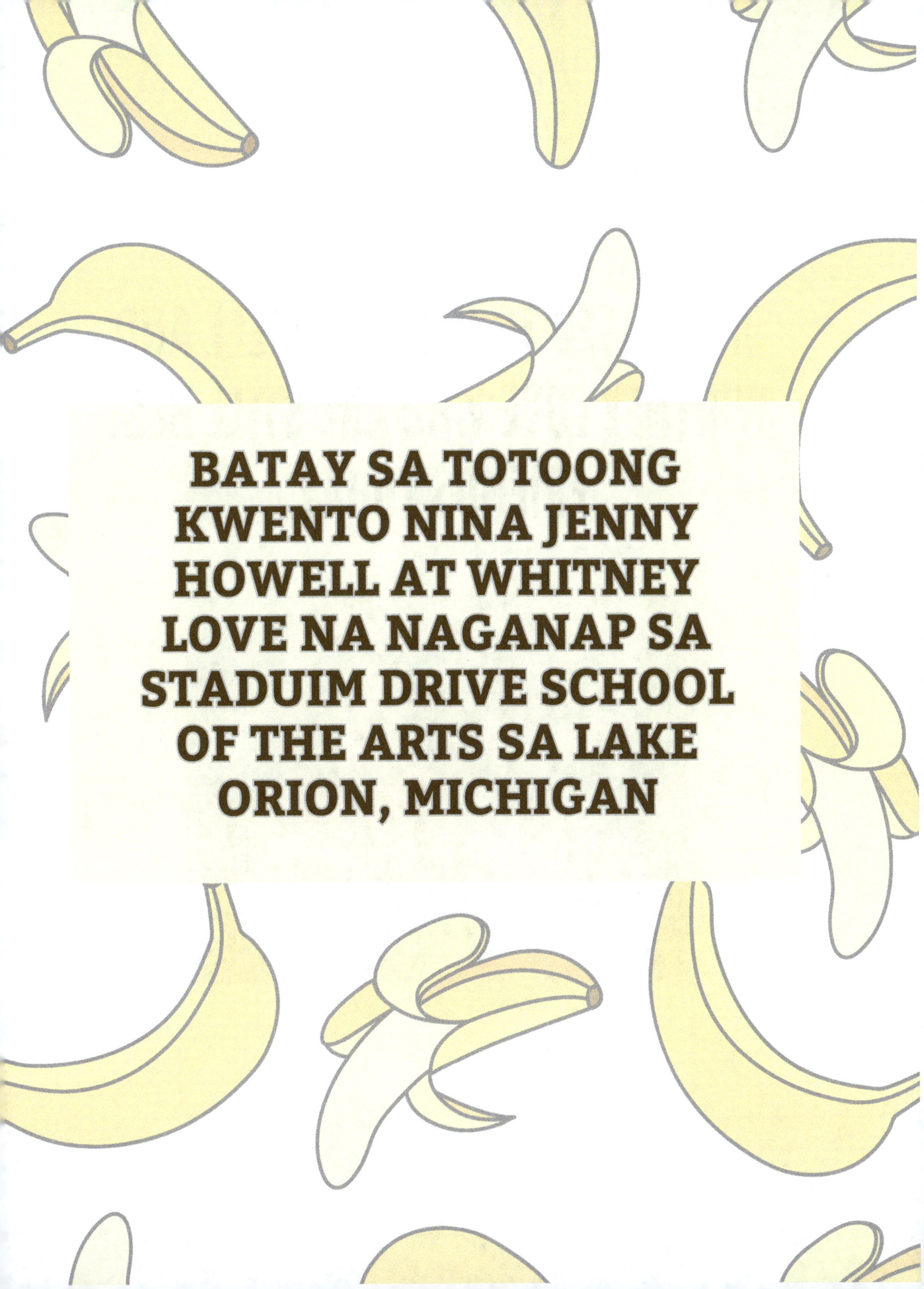

BATAY SA TOTOONG KWENTO NINA JENNY HOWELL AT WHITNEY LOVE NA NAGANAP SA STADUIM DRIVE SCHOOL OF THE ARTS SA LAKE ORION, MICHIGAN

DEDICATED TO JENNY HOWELL AND WHITNEY LOVE WHO ARE STILL BEST FRIENDS TODAY.

DEDICATED KAY JENNY HOWELL AT WHITNEY LOVE NA HANGGANG NGAYON MATALIK NA MAGKAIBIGAN.

JENNY AND THE
FRUIT FLY FIASCO!

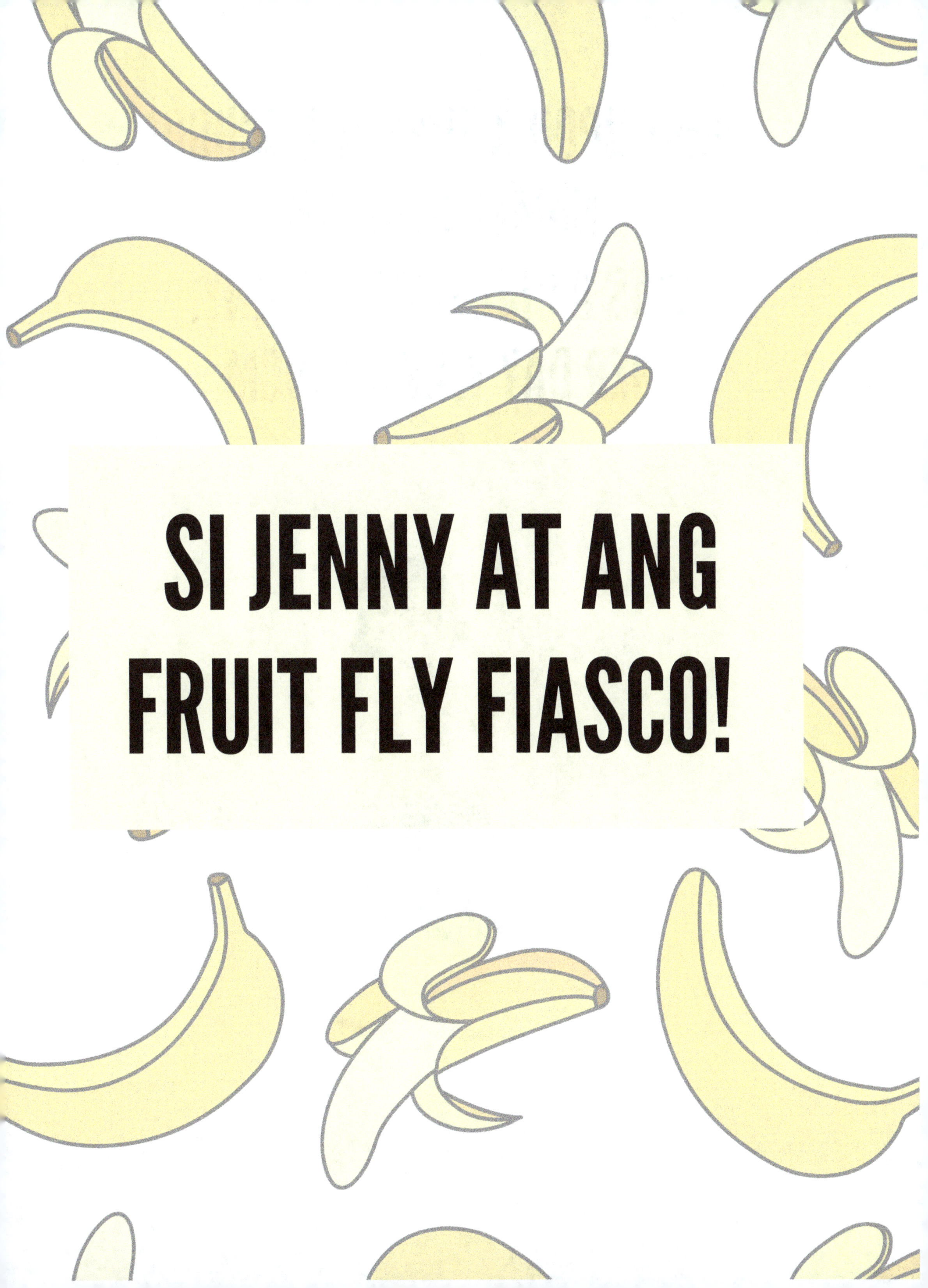

SI JENNY AT ANG
FRUIT FLY FIASCO!

ONCE UPON A TIME IN A SCHOOL NAMED STADIUM, WAS A GIRL NAMED JENNY, HER DAY WAS RANDOM.

NOONG UNANG PANAHON SA ISANG PAARALAN NA PINANGALANANG STADIUM, AY ISANG BATANG BABAE NA NAGNGANGALANG JENNY, ANG KANYANG ARAW AY RANDOM.

JENNY WAS BUSY,
SHE HAD SO MUCH TO DO,
BUT A BANANA SHE FORGOT IN HER
LOCKER, OOPS, THAT'S TRUE!

BUSY SI JENNY, ANG DAMI NIYANG GAGAWIN, PERO ISANG SAGING NA NAKALIMUTAN NIYA SA LOCKER NIYA, OOPS, TOTOO!

THE WEEKEND WENT BY,
DAYS TURNED INTO NIGHT,
AND A FRUITY SURPRISE WAITED,
OUT OF SIGHT.

LUMIPAS ANG KATAPUSAN NG LINGGO, ANG MGA ARAW AY NAGING GABI, AT ISANG MABUNGANG SORPRESA ANG NAGHIHINTAY, NA WALA SA PANINGIN.

MONDAY MORNING CAME,
JENNY OPENED HER DOOR,
FRUIT FLIES SWARMED OUT;
SHE COULDN'T TAKE IT ANYMORE!

DUMATING ANG LUNES NG UMAGA, BINUKSAN NI JENNY ANG KANYANG PINTO, NAGDAGSAAN ANG MGA LANGAW NG PRUTAS; HINDI NA NIYA KINAYA!

BUZZING AROUND HER BOOKS,
BUZZING IN THE AIR,
JENNY WAS EMBARRASSED,
IT JUST WASN'T FAIR.

BUZZING AROUND HER BOOKS, BUZZING IN THE AIR, NAHIHIYA SI JENNY, IT WAS JUST NOT FAIR.

SHE RUSHED TO EACH CLASS, NO TIME TO WASTE,
AVOIDING CURIOUS EYES, SHE MOVED IN GREAT HASTE.

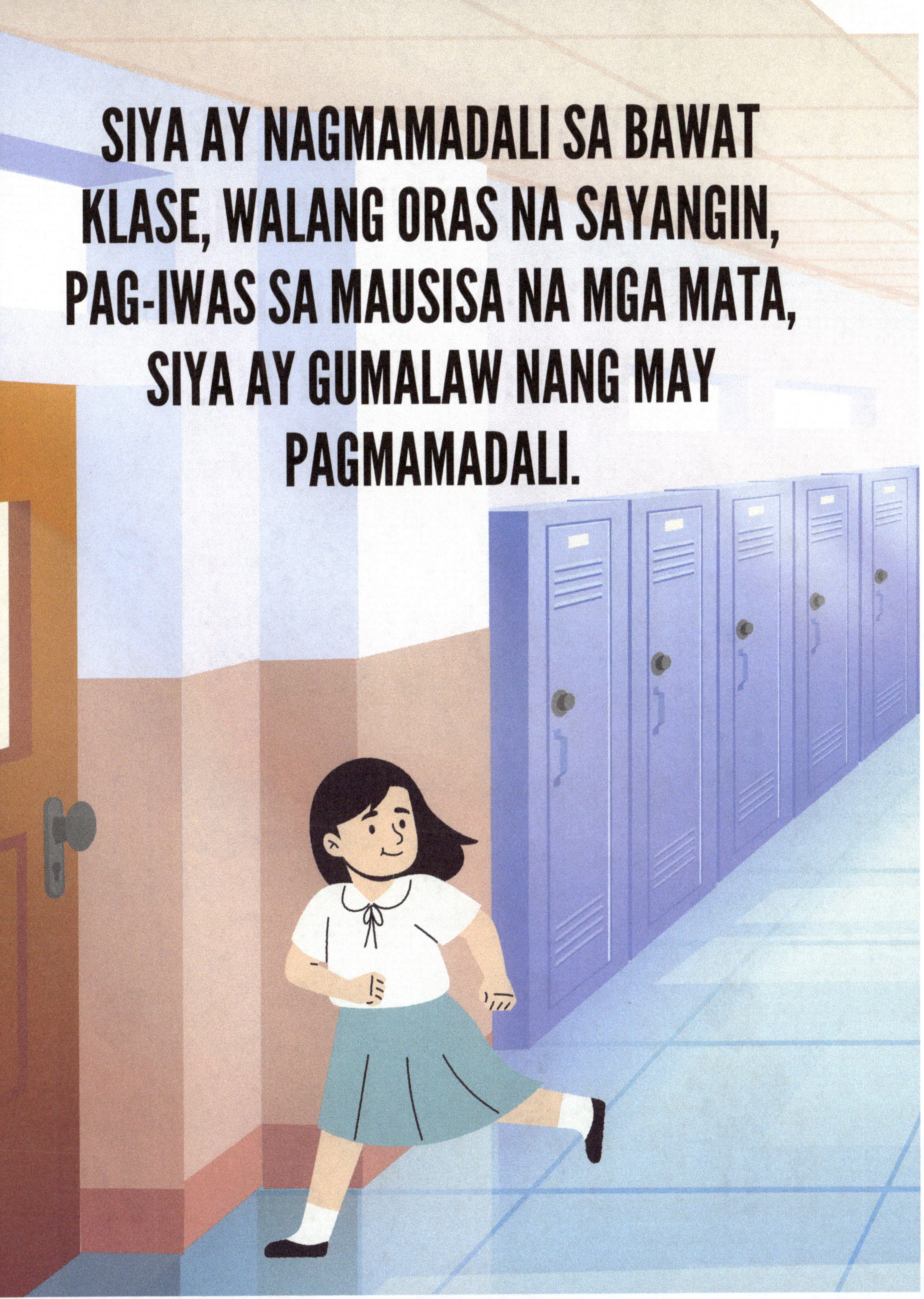

SIYA AY NAGMAMADALI SA BAWAT KLASE, WALANG ORAS NA SAYANGIN, PAG-IWAS SA MAUSISA NA MGA MATA, SIYA AY GUMALAW NANG MAY PAGMAMADALI.

"MAY I HAVE A HALL PASS?"
JENNY ASKED WITH A GRIN,
SHE NEEDED TO GET HER BOOKS
WITHOUT CHAOS WITHIN.

"PWEDE BANG MAGPA-HALL PASS?" NAKANGITING TANONG NI JENNY, SHE NEEDED TO GET HER BOOKS WITHOUT CHAOS INSIDE.

FROM HER LOCKER TO CLASS,
HER SECRET SHE'D KEEP,
BUT THE FLIES FOLLOWED HER;
THEY NEVER DID SLEEP.

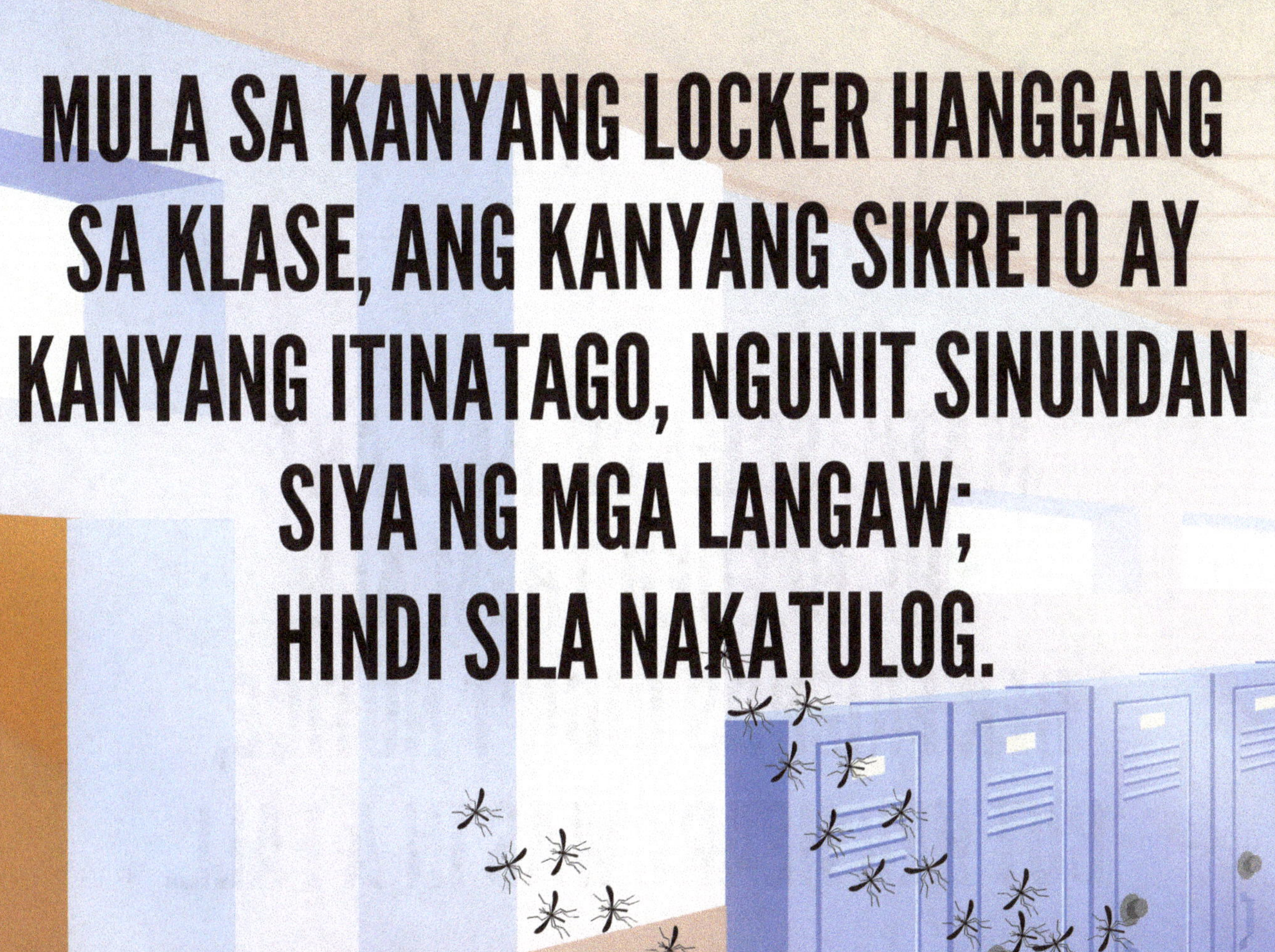

MULA SA KANYANG LOCKER HANGGANG SA KLASE, ANG KANYANG SIKRETO AY KANYANG ITINATAGO, NGUNIT SINUNDAN SIYA NG MGA LANGAW; HINDI SILA NAKATULOG.

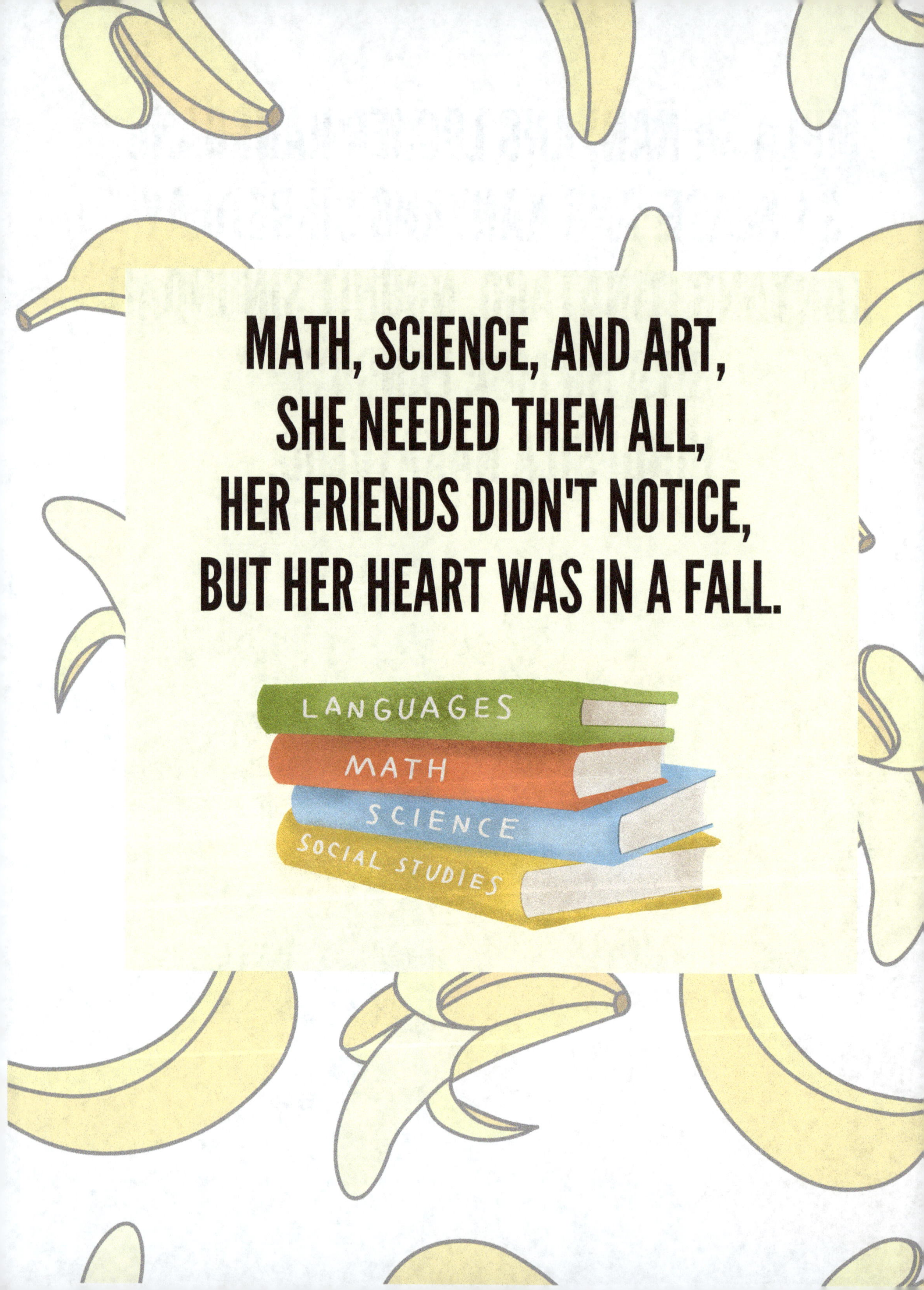

MATH, SCIENCE, AND ART,
SHE NEEDED THEM ALL,
HER FRIENDS DIDN'T NOTICE,
BUT HER HEART WAS IN A FALL.
LANGUAGES
MATH
SCIENCE
SOCIAL STUDIES

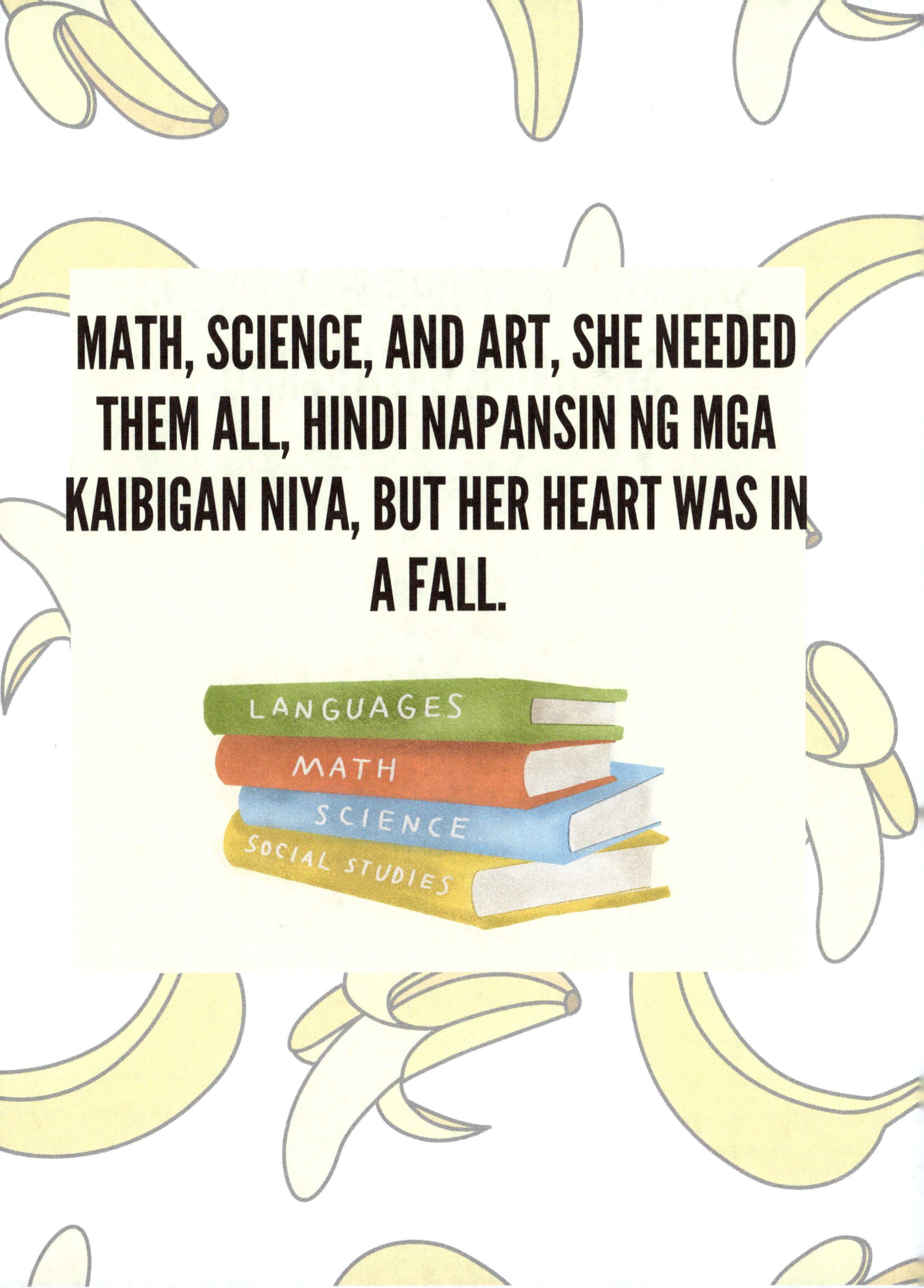

MATH, SCIENCE, AND ART, SHE NEEDED THEM ALL, HINDI NAPANSIN NG MGA KAIBIGAN NIYA, BUT HER HEART WAS IN A FALL.

LANGUAGES
MATH
SCIENCE
SOCIAL STUDIES

JENNY'S BEST FRIEND WHITNEY,
SO SMART AND SO KIND,
SENSED SOMETHING WAS WRONG,
SHE HAD A GREAT MIND.

ANG MATALIK NA KAIBIGAN NI JENNY NA SI WHITNEY, NAPAKATALINO AT NAPAKABAIT, NARAMDAMANG MAY MALI, MAGANDA ANG KANYANG PAG-IISIP.

AT LUNCHTIME, JENNY WHISPERED HER WOE TO HER FRIEND,
WHITNEY SAID, "WE CAN FIX THIS, THERE'S NO NEED TO PRETEND!"

SA TANGHALIAN, IBINULONG NI JENNY ANG KANYANG ABA SA KANYANG KAIBIGAN, SABI NI WHITNEY, "MAAAYOS NATIN ITO, HINDI NA KAILANGANG MAGPANGGAP!"

THEY GOT A BIG JAR AND A NET OH SO THIN, WHITNEY SWIPED THOSE FRUIT FLIES WITH A DETERMINED GRIN.

NAKAKUHA SILA NG ISANG MALAKING GARAPON AT ISANG LAMBAT OH NAPAKANIPIS, PINUNASAN NI WHITNEY ANG MGA LANGAW NA PRUTAS NA IYON NANG MAY DETERMINADONG NGITI.

JENNY AND WHITNEY,
A TRUE TEAM INDEED,
CAUGHT ALL THE FRUIT FLIES;
THEY DIDN'T LET THEM PROCEED.

SINA JENNY AT WHITNEY, ISANG TUNAY
NA PANGKAT, NAHULI ANG LAHAT NG
LANGAW NG PRUTAS;
HINDI NILA HINAYAANG MAGPATULOY.

THE LOCKER WAS EMPTY, THE FLIES WERE NO MORE, JENNY COULD ACCESS HER BOOKS LIKE NEVER BEFORE.

WALANG LAMAN ANG LOCKER, WALA NA ANG MGA LANGAW, NAA-ACCESS NI JENNY ANG KANYANG MGA LIBRO TULAD NG DATI.

JENNY WAS GRATEFUL,
WITH A SMILE ON HER FACE,
FOR HER WONDERFUL FRIEND,
IN ANY TIME OR PLACE.

SI JENNY AY NAGPAPASALAMAT, NA MAY NGITI SA KANYANG MUKHA, PARA SA KANYANG NAPAKAGANDANG KAIBIGAN, SA ANUMANG ORAS O LUGAR.

WITH THE SECRET OUT AND THE LOCKER ALL CLEAR, JENNY AND WHITNEY'S FRIENDSHIP GREW STRONG, NO FEAR.

NANG LUMABAS ANG SIKRETO AT MALINAW ANG LOCKER, LUMAKAS ANG PAGKAKAIBIGAN NINA JENNY AT WHITNEY, WALANG TAKOT.

THEY LAUGHED AND THEY GIGGLED,
OH, WHAT FUN IT WAS,
TO SHARE SECRETS WITH FRIENDS,
WITHOUT ANY PAUSE.

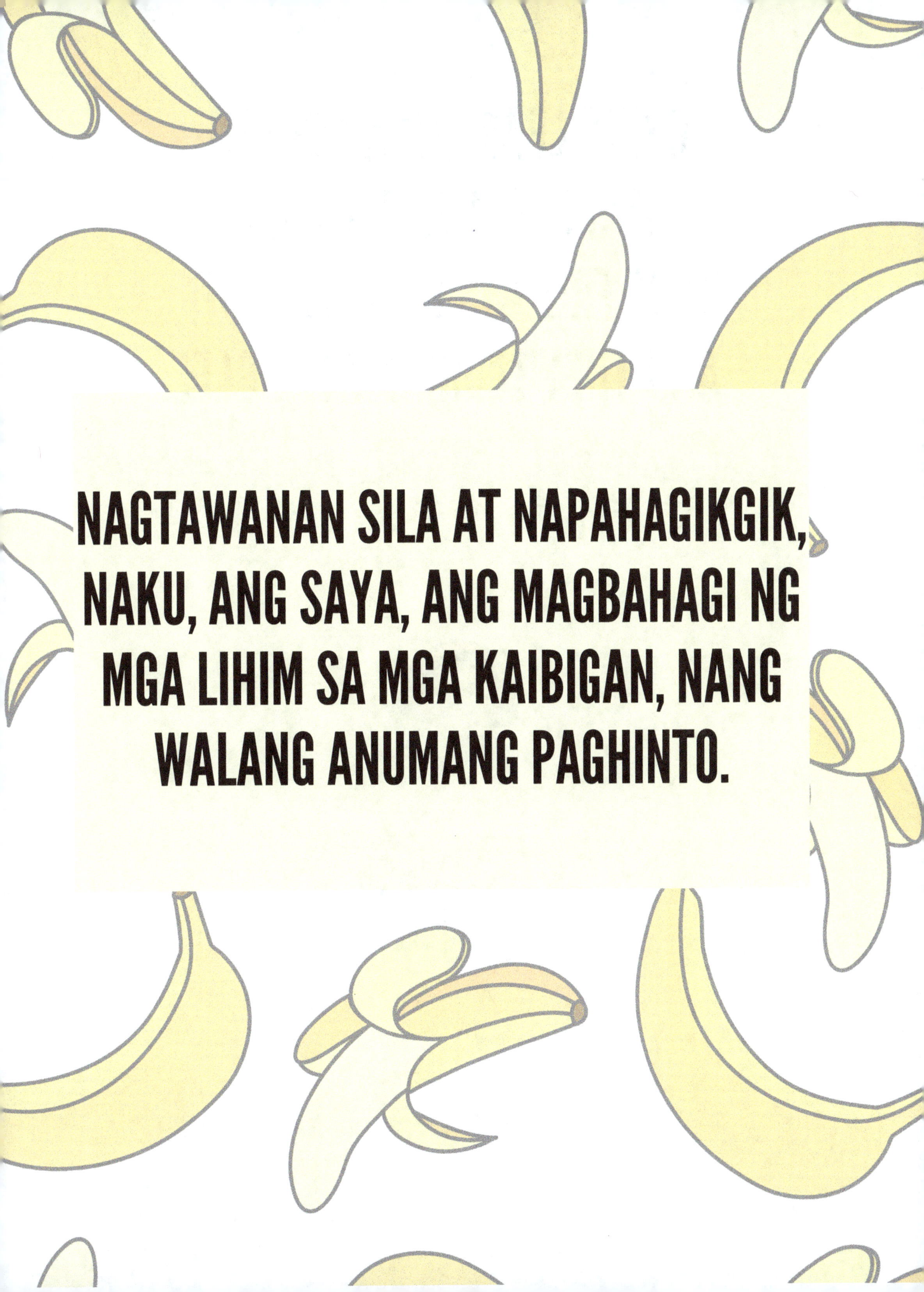

NAGTAWANAN SILA AT NAPAHAGIKGIK,
NAKU, ANG SAYA, ANG MAGBAHAGI NG
MGA LIHIM SA MGA KAIBIGAN, NANG
WALANG ANUMANG PAGHINTO.

JENNY LEARNED A LESSON,
IT'S ESSENTIAL TO SEE,
TRUE FRIENDS HELP YOU OUT,
AND THEY'LL DO IT WITH GLEE.

NATUTO SI JENNY NG LEKSYON, MAHALAGANG MAKITA, TUNAY NA MGA KAIBIGAN ANG TUMULONG SA IYO, AT GAGAWIN NILA ITO NANG MAY KAGALAKAN.

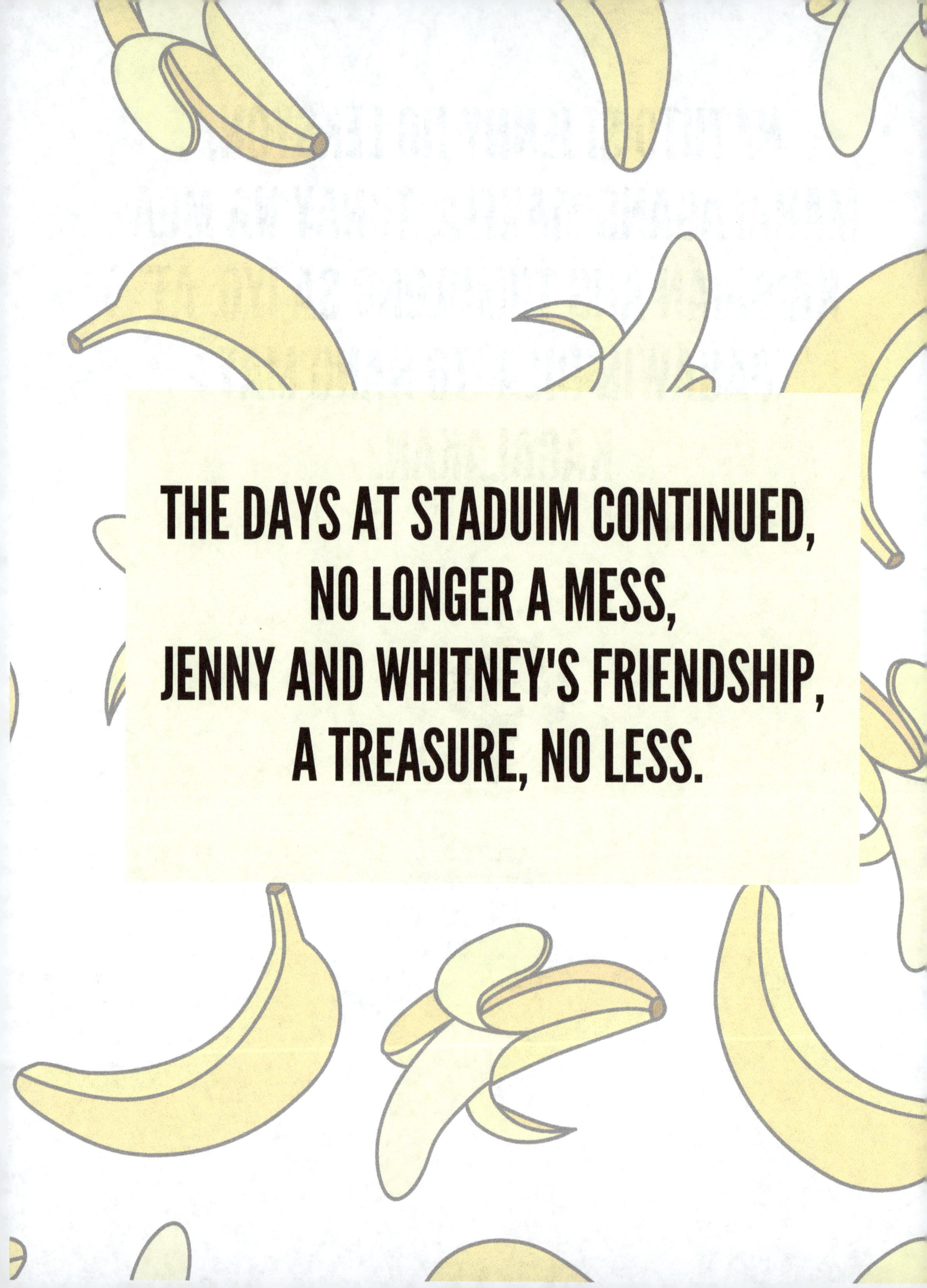
THE DAYS AT STADUIM CONTINUED,
NO LONGER A MESS,
JENNY AND WHITNEY'S FRIENDSHIP,
A TREASURE, NO LESS.

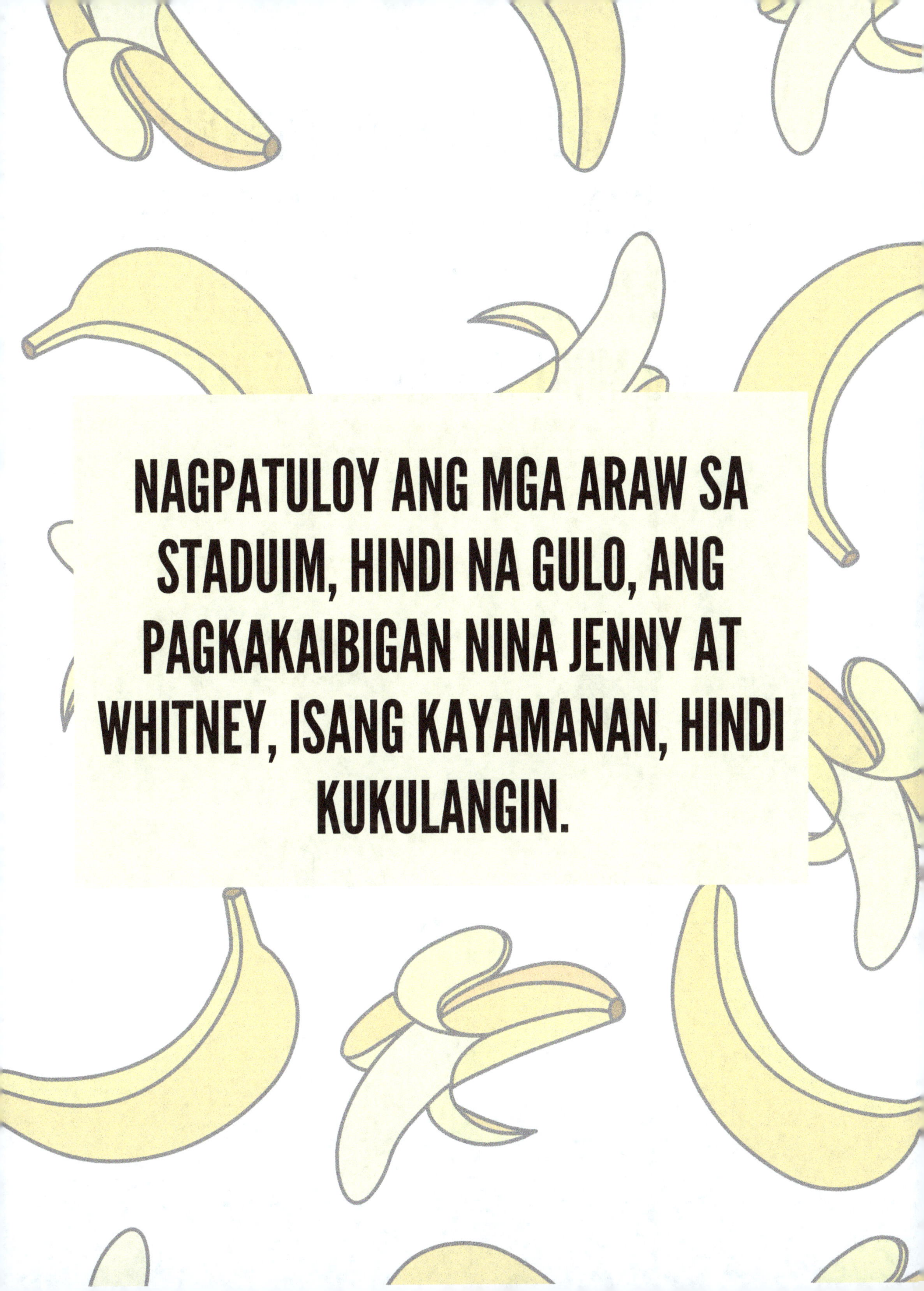

NAGPATULOY ANG MGA ARAW SA STADUIM, HINDI NA GULO, ANG PAGKAKAIBIGAN NINA JENNY AT WHITNEY, ISANG KAYAMANAN, HINDI KUKULANGIN.

WITH LAUGHTER AND LEARNING,
THEY DANCED THROUGH THE HALL,
NO MORE FRUIT FLY FIASCO,
NO MORE TROUBLES AT ALL.

SA TAWANAN AT PAG-AARAL, SUMAYAW SILA SA BULWAGAN, WALA NANG FRUIT FLY FIASCO, WALA NANG GULO.

SO REMEMBER, DEAR CHILDREN,
THE STORY SO BRIGHT,
FRIENDS STAND BY YOUR SIDE,
IN THE DAY AND THE NIGHT.

KAYA'T TANDAAN, MAHAL NA MGA ANAK,
ANG KUWENTO NA NAPAKALIWANAG,
MGA KAIBIGAN AY NAKATAYO SA TABI
MO, SA ARAW AT GABI.

WITH FRIENDS LIKE DEAR WHITNEY, YOU'LL NEVER FEEL BLUE, JUST LIKE JENNY, WHO LEARNED THAT FRIENDSHIP IS TRUE.

SA MGA KAIBIGANG TULAD NG MAHAL NA WHITNEY, HINDING HINDI MO MARARAMDAMAN ANG ASUL, KATULAD NI JENNY, NA NATUTUNAN NA ANG PAGKAKAIBIGAN AY TOTOO.

IN THE SCHOOL OF YOUR DREAMS,
WHERE ADVENTURES AWAIT,
KEEP YOUR HEART OPEN,
FOR FRIENDS ARE FIRST-RATE.

SA PAARALAN NG IYONG MGA PANGARAP, KUNG SAAN NAGHIHINTAY ANG MGA PAKIKIPAGSAPALARAN, PANATILIHING BUKAS ANG IYONG PUSO, PARA SA MGA KAIBIGAN AY FIRST-RATE.

AND JUST LIKE OUR JENNY,
YOU'LL FIND YOUR OWN WAY,
IN THE BRIGHT WORLD OF LEARNING,
WHERE YOU'LL GROW EVERY DAY.

AT TULAD NG ATING JENNY, MAKAKAHANAP KA NG SARILI MONG PARAAN, SA MALIWANAG NA MUNDO NG PAG-AARAL, KUNG SAAN KA LALAGO ARAW-ARAW.

SO LET'S ALL BE LIKE JENNY,
KIND, BRAVE, AND SMART,
WITH FRIENDS BY OUR SIDE,
WE'LL EACH DO OUR PART.

KAYA'T LAHAT TAYO AY MAGING KATULAD NI JENNY, MABAIT, MATAPANG, AT MATALINO, SA MGA KAIBIGAN SA ATING TABI, GAGAWIN NATIN ANG ATING BAHAGI.

WITH LAUGHTER AND LOVE,
AND LESSONS SO GRAND,
YOU'LL HAVE THE BEST TIMES IN THIS
WONDERFUL LAND.
SCHOOL

SA PAGTAWA AT PAGMAMAHAL, AT MGA ARAL NA NAPAKAGANDA, MAGKAKAROON KA NG PINAKAMAGAGANDANG PANAHON SA NAPAKAGANDANG LUPAING ITO.

THANK YOU, BYE!

SALAMAT, BYE!

WHITNEY
JENNY

CARNIVAL RADIANCE
Carnival Radiance
Carnival

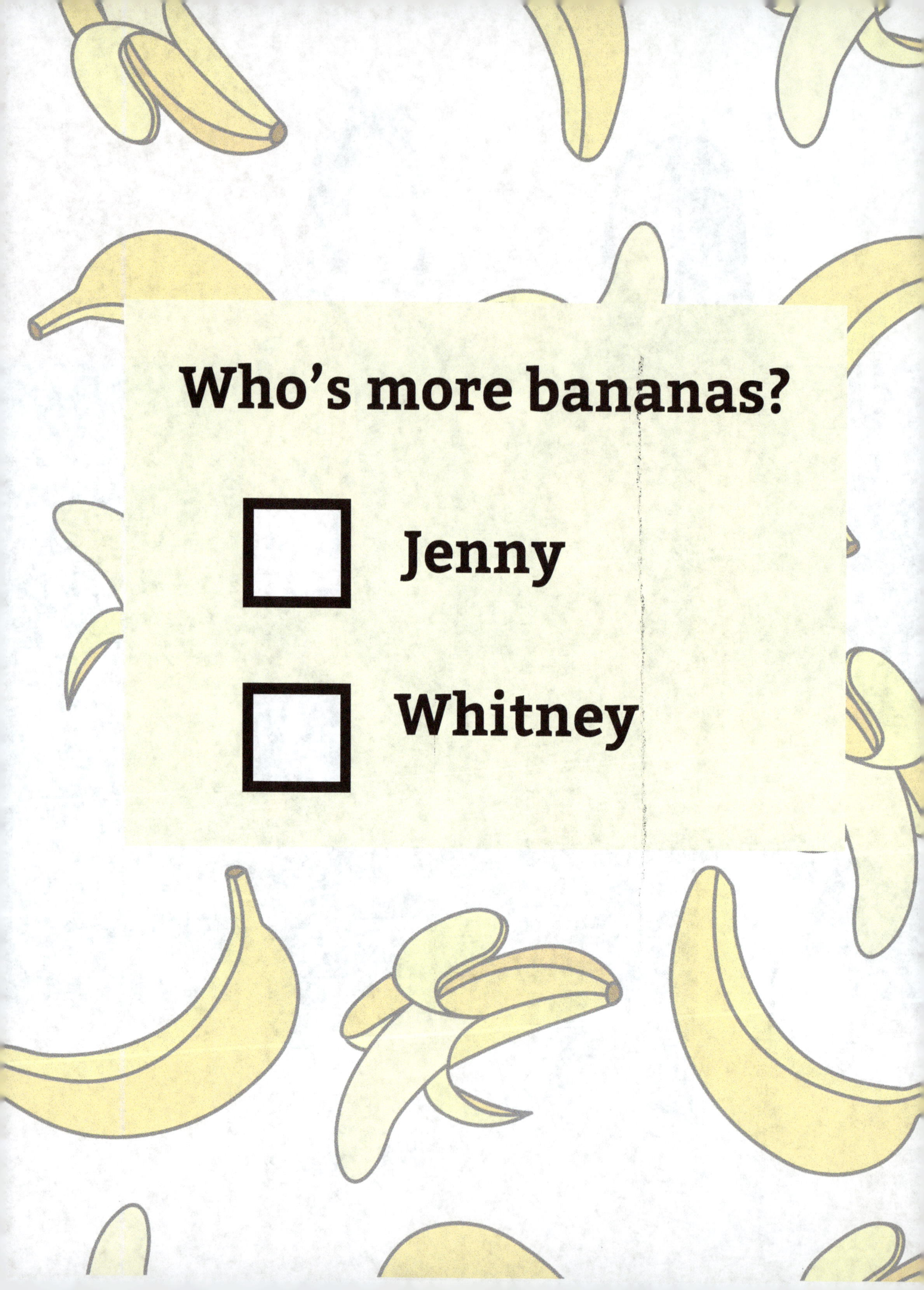

Who's more bananas?

☐ Jenny

☐ Whitney

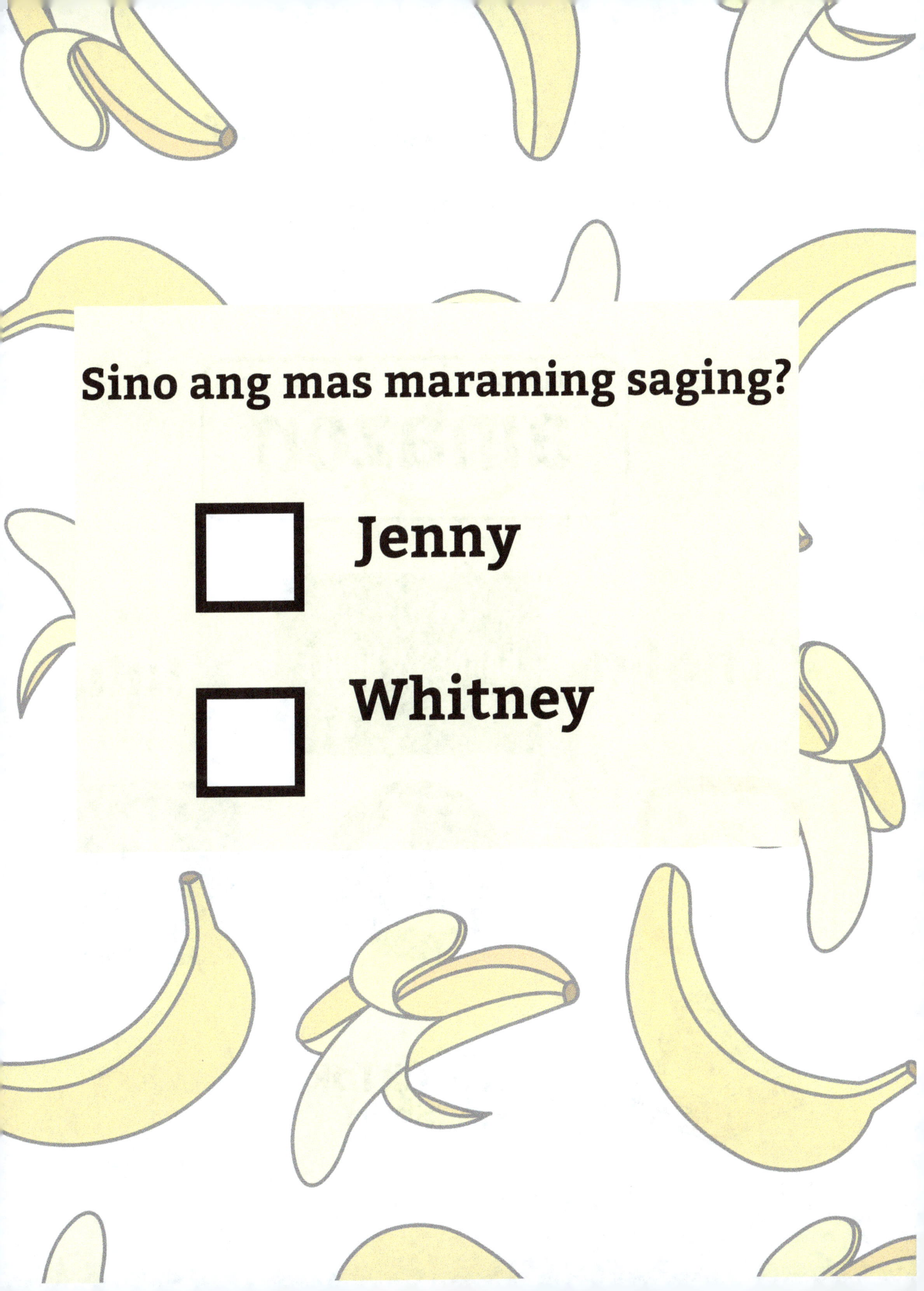

Sino ang mas maraming saging?
Jenny
Whitney

Books By Schaaf

www.BookBySchaaf.com

Find us at: